# चला जाणून घेऊ या!

## तणावमुक्त व्हा, आनंदी रहा

मंजूषा आमडेकर

मेहता पब्लिशिंग हाऊस

**चला जाणून घेऊ या! तणावमुक्त व्हा, आनंदी रहा**

अनुवाद : मंजूषा आमडेकर

Email : author@mehtapublishinghouse.com

मराठी अनुवाद व प्रकाशनाचे हक्क मेहता पब्लिशिंग हाऊस, पुणे.

प्रकाशक : सुनील अनिल मेहता, मेहता पब्लिशिंग हाऊस, १९४१, सदाशिव पेठ, माडीवाले कॉलनी, पुणे - ४११०३०.

मुखपृष्ठ : मेहता पब्लिशिंग हाऊस, पुणे

प्रकाशनकाल : नोव्हेंबर, २००८ / एप्रिल, २०११ / सप्टेंबर, २०१४ / पुनर्मुद्रण : मार्च, २०२०

P Book ISBN 9788190757416

## ओळख

'माणसाच्या मनात त्याला हवा तितका आनंद सामावला जाऊ शकतो.'

—अब्राहम लिंकन

वरील उक्तीप्रमाणे माणूस स्वत:च्या इच्छेने आपल्या मनात हवा तेवढा ताणतणाव निर्माण करू शकतो असं म्हणता येईल. लक्षपूर्वक विचार करून पाहिलं, तर त्यात काही विसंगती नाही, हे लक्षात येईल. खरंतर सर्वकाही आपल्याच हातात असतं!

ताणतणाव आणि त्याच्या मागून येणारी सगळी दुष्ट भुतावळ प्रत्येकाच्या दरवाज्यावर धडका देत माणसाच्या अंगावर त्याला खाण्यासाठी धावून येत असते. पण गंमत अशी आहे, की आपण त्यांना आत येऊ दिलं तरच ती भुतं आत येतात.

जगभर हा ताणतणाव नावाचा 'सायलेंट किलर' कितीतरी मनांच्या आणि शरीरांच्या मानगुटीवर बसलेला दिसतो.

तरीसुद्धा त्यातल्या त्यात समाधानाची गोष्ट इतकीच आहे, की त्याला आपल्या मानगुटीवर बसू द्यायचं की नाही, याचा निर्णय घेणं मात्र आपल्याच हातात आहे.

मग निर्णय जर आपल्याच हातात असेल, तर चिंता कशाला करायची?

या पुस्तकात ताणतणावापासून मुक्त होण्यासाठी काही उपाय सुचवलेले आहेत. ताण आलेला आहे हे कसं ओळखायचं, त्याला कसं टाळायचं, त्याची हाताळणी कशी करायची आणि त्यावर मात कशी करायची, या सगळ्याबद्दल युक्तीचे चार शब्द सांगण्याचा प्रयत्न केलेला आहे.

तर मग चला, ताणविरहित जीवन जगायला सुरुवात करू या.

सूत्रधार अर्थातच तुम्हीच आहात...

**चार**

All rights reserved along with e-books & layout. No part of this publication may be reproduced, stored in a retrieval system or transmitted, in any form or by any means, without the prior written consent of the Publisher and the licence holder. Please contact us at **Mehta Publishing House,** Pune 411030.

℡ +91 020-24476924 / 24460313

Email : production@mehtapublishinghouse.com

Website : www.mehtapublishinghouse.com

- *या पुस्तकातील लेखकाची मते, घटना, वर्णने ही त्या लेखकाची असून त्याच्याशी प्रकाशक सहमत असतीलच असे नाही.*

# ताण

## ताण म्हणजे काय?

सतत बदलणाऱ्या वातावरणाशी जुळवून घेताना आपली जी ओढाताण होते त्यालाच आपण 'ताण' म्हणतो. त्यामुळे आपलं शरीर आणि मन दोन्हीवर बरा-वाईट परिणाम होतो.

सकारात्मक दृष्टिकोनातून विचार करायचा झाल्यास आपण ताणामुळे काही ना काहीतरी कृती करायला प्रवृत्त होतो असं म्हणता येईल. कृती करण्यानं आपण नवं काहीतरी शिकतो. आपले दृष्टिकोन बदलतात. म्हणूनच अशा प्रकारचा सकारात्मक ताणतणाव चक्क आनंददायीसुद्धा होतो.

दुसरा ताणतणाव मात्र भयंकर असतो. नकारात्मक असा. यामुळे आपण काहीतरी गमावतो, हरवतो, अतिश्रमामुळे मग आपल्याला तग धरणं असह्य होतं या अशा नकारात्मक ताणतणावामुळे आपण अविश्वास, नाकारलं जाणं, राग आणि नैराश्याच्या जाळ्यात अडकतो. यातूनच तब्येतीच्या कुरकुरी सुरू होतात. आपण सर्वचजण अशा प्रकारच्या ताणतणावाला कधी ना कधीतरी सामोरे जात असतो.

तणावमुक्त व्हा, आनंदी रहा । १

## तणाव कशामुळे येतो?

आपल्याला न आवडणाऱ्या घटना किंवा गोष्टींमुळे आपल्याला ताण येतो. पण हा ताण नेमका कशामुळे आलाय हे ओळखता येणं हीच खरी ताणतणाव हाताळायची गुरुकिल्ली आहे.

आता एक कागद घ्या. त्यावर 'ताणतणाव' असं शीर्षक द्या. त्या खाली या विषयाच्या संदर्भात जे जे काही सुचेल ते लिहीत जा. मग तुमच्या एक गंमत लक्षात येईल–अशा दोन याद्या तुम्ही स्वतः तयार केल्यात किंवा तुमच्या अगदी जुळ्या भावंडानं दुसरी यादी केली तरी दोन्हींत काहीही साम्य नसतं.

वेगवेगळ्या लोकांना वेगवेगळ्या कारणानी ताण येत असतो.

एखाद्या गिर्यारोहकाला शिखर सर करण्यासाठी शारीरिक कामाचा ताण ओढवून घेण्यात आव्हान वाटत असेल.

घर ते ऑफिस रोज ये जा करणाऱ्याला वाहतुकीचा, गर्दीचा वाहनांच्या धुराचा ताण येत असेल. विद्यार्थ्याला परीक्षेचा ताण येईल. गृहिणीला घरकामाचा, विशेषतः मोलकरणीला काढून टाकल्यानंतर ताण येईल.

नववधूला अनपेक्षितपणे आलेल्या गर्भारपणाचा ताण जाणवेल. करिअर करू पाहणाऱ्या व्यक्तीला बढती हुकली तर

किंवा सहकाऱ्यानं बेपर्वाई दाखवली तर ताण येईल.

एकाकी पालकाला भयाण आठवणी आणि भविष्यकाळाच्या भीतीमुळे ताण येईल. थोडक्यात काय तर अचानक झालेल्या हानीमुळे ताण जाणवतो. प्रत्येक तणावग्रस्त व्यक्तीच्या दृष्टीनं त्याची समस्या त्याच्यापुरती जगावेगळी असते. त्यामुळे अशा प्रकारच्या समस्या अगणित आणि विभिन्न आहेत.

■

# ताण– अज्ञात मारेकरी

'ज्या गोष्टी मी बदलू शकत नाही त्या स्वीकारण्यासाठी देवानं मला शांतपणा द्यावा, ज्यात मी बदल करू शकेन त्या बाबतीत धाडस द्यावं आणि दोन्हीतला फरक मला ओळखता यावा यासाठी शहाणपण द्यावं.'

–रेनहोल्ड नेबर

### प्रासंगिक ताणतणाव :–

रात्री उशिरापर्यंत पार्टीत राहून जागरण करायला मजा येते खरी. पण जर रोजच अशा पार्ट्या आणि जागरणं करावी लागली तर? हे भगवान, वाट लागेल!

भूतकाळात घडून गेल्या घटनांमधल्या अपेक्षा आणि दबावांच्या कल्पनेनं तीव्र ताणतणाव निर्माण होतो. थोडा ताण सहन करणं उत्साहवर्धक, रोमहर्षक वाटू शकतं; पण ताण वाढला की सगळं असह्य होतं.

तात्पुरता ताणतणाव निर्माण कारणाऱ्या गोष्टींनी होणारं नुकसानही तात्पुरतंच असतं.

## याची सर्वसाधारण लक्षणं अशी असतात :–

१. भावना दुखावल्या जाणं, संताप किंवा त्रास, चिंता आणि नैराश्य, डोकेदुखी, पाठदुखीसारखी स्नायूंची दुखणी.

२. छातीत जळजळणं, पित्त होणं, गॅसेस, पोट बिघडणं किंवा बद्धकोष्ठता किंवा इतर पोटाचे विकार, उच्च रक्तदाब, छातीत धडधणं, गरगरणं, अर्धशिशी, श्वास तुटणं, छातीत दुखणं, अशा प्रकारचा तीव्रतर ताणतणाव कित्येकांच्या आयुष्याला ग्रासतो.

मग आपण त्या ताणाचा सामना कसा करायचा?

आयुष्याच्या गतीने चालायचा प्रयत्न करा. कसं ते एकदा लक्षात आलं, की फारसं अवघड नाहीये हे समजणं! आपला वेग आयुष्याच्या वेगाशी जुळवून घ्या.

## वरचेवर येणारा ताण :–

काही जणांच्या आयुष्यात इतकी उलथापालथ असते, की त्यांना वरचेवर प्रचंड ताणतणावाला सामोरं जावं लागतं, असे लोक खूप धावपळ करूनही मागे पडतात. अहो, काही वाईट घडणारच असेल तर ते घडतंच; पण हे लोक फारच धसका घेतात.

काही लोक शीघ्रकोपी, चिडके, चिंतातुर आणि घाबरट असतात. अशांच्या बाबतीत खालील गोष्टी साधारणपणे आढळतात:-

नेहमी घाईगडबडीत असतात. तुटकपणे वागतात. कधी कधी तर संतापण्यामुळे शत्रुत्व ओढवून घेतात. अशावेळी दुसरी व्यक्ती जेव्हा खरोखरच दुखावली जाते तेव्हा नाती तुटायला वेळ लागत नाही.

अशा प्रकारच्या ताणाचा एक प्रकार म्हणजे अखंड काळजी करत राहणं. या चिंतातुर प्राण्यांना प्रत्येक गोष्टीत काहीतरी भयंकर लपलेलं दिसतं. नैराश्याच्या भरात त्यांना वाटायला लागतं की आता काहीतरी महाभयंकर येऊ घातलंय. यावर उपाय अगदी साधा आहे- आपले दृष्टिकोन बदलणं. बदल घडवून आणं.

## स्थायी ताणतणाव-जुन्या जखमा :–

आपण बघितलं की कधी कधी तीव्रतेनं जाणवणारा ताण हा उत्साहवर्धक, रोमहर्षक असू शकतो. पण स्थायी ताणतणावाबाबत मात्र हे खरं नाही. हा तणाव वर्षानुवर्षं माणसाला कुरतडत राहतो.

स्थायी ताणतणावामुळे शरीर, मन आणि आयुष्य पोखरलं जातं. सगळं काही कणाकणानी झिजत जातं.

अपेक्षा, मोडलेली घरं, उद्‌वस्त कुटुंब, दु:खदायक विवाहसंबंधात अडकून पडणं, नोकरी-धंद्यात अपयश या सगळ्यामुळे ताणतणाव येतो.

जेव्हा चमत्कारिक परिस्थितीतून बाहेर पडायचा काही मार्गच दिसत नाही तेव्हा हळूहळू हा स्थायी ताणतणाव विकसत होतो. निराश होऊन माणूस सुटकेचा मार्ग शोधणं थांबवतो.

सगळ्यात वाईट म्हणजे माणूस अशा ताणतणावाला सरावतो. असा काही ताण घेऊन आपण वावरतोय ही गोष्टच तो विसरून जातो. तात्पुरत्या तणावामुळे माणूस पटकन सावध होतो. कारण तो अचानक दाखल झालेला असतो, पण स्थायी ताणतणावाकडे मात्र दुर्लक्ष केलं जातं. कारण तो जुना असतो, परिचयाचा असतो आणि कधी कधी चक्क सोयीचा होऊन गेलेला असतो. जुनाट आजार अक्षरश: जीवघेणा ठरू शकतो. माणसं संपतात.

आशेचा एखादा किरण आहे का कुठे? होय बरं, नक्कीच. ज्यामुळे तुम्हाला ताण येतो त्या परिस्थितीतून उठून बाहेर पडा, ताबडतोब. शरीरानं शक्य नसेल तर मनानं बाहेर पडा.

## कणखर व्हा :–

आल्विन टॉफलर नावाच्या एका अमेरिकन वार्ताहराचं भाकित खूपच धक्कादायक आहे. तो म्हणतो की ज्या वेगानं

आधुनिकीकरण होत चाललंय तो वेग बघता लवकरच माणसं भयानक ताण-तणावाची शिकार होणार आहेत. हे भाकीत त्यानं १९७० साली केलं होतं. बदलत्या वातावरणाशी जुळवून घेणं आणि अपेक्षांचा डोंगर पार करणं यातली जी तफावत आहे त्यामुळे प्रचंड मानसिक ताणतणाव निर्माण होतो आहे.

भावी धक्क्यांमुळे येणाऱ्या तणावाला सामोरं जाण्यासाठी कणखर बनलं पाहिजे. मन घट्ट केलं पाहिजे. हीच आता काळाची गरज आहे.

अर्थात प्रत्येक व्यक्तीच्या दृष्टीनं ताणतणावाची व्याख्या वेगवेगळी असते. त्यामुळे त्याची सहन करण्याची क्षमताही वेगवेगळी असते.

■

# तणावग्रस्त व्यक्ती

तुम्ही कोण आहात असं तुम्हाला वाटतं?

'आयुष्यात जे घडतं ते वीस टक्केच असतं. बाकीचा ऐंशी टक्के भाग आपल्या प्रतिक्रियेचा असतो.'

**—टेड इंगस्ट्रॉम**

प्रत्येक व्यक्ती वेगळी असते. जगातल्या कोणत्याही दोन व्यक्ती एकसारख्या नाहीत. त्यामुळे खरं तर काही विशिष्ट वर्गीकरण करता येणं शक्य नाही. तरीही...

**शांतपणे सहन करणाऱ्या सोशीक व्यक्ती :—**

- तुम्हाला काळजी वाटत राहते. मग तुम्ही तुमच्या समस्यांबाबत लोकांशी चर्चा करायला नाखूश असता, मग तुम्ही अकार्यक्षम किंवा बेपर्वा वाटता.
- हिरमुसलेपणनं भीतीखाली वावरत राहता.
- तुमच्याबद्दल ज्यांना सहानुभूती वाटते अशांजवळ मन मोकळं केलं तर तुम्हाला किती तरी नवीन दृष्टिकोन मिळतील.

## मन व्यापून टाकणारे :–

- तुम्ही लवकर निराश होता.
- इतर सर्व विषयांना सोडून तुम्ही तुमच्या समस्येला स्वत:चं मन व्यापून टाकू देता.
- ऐकणाऱ्या प्रत्येकाचे कान किटून जातील इतकं त्यावर बोलत राहता.
- तुमच्या या सततच्या क्षोभामुळे तुमच्या नेहमीच्या कामावरही त्याचा वाईट परिणाम होत राहतो.
- मग तुम्हाला चमत्कारिक नाद लागल्यासारखा होतो. म्हणजे तुम्ही पुन्हा पुन्हा खात्री करत राहता की गॅस बंद केलाय की नाही, विजेची उपकरणं बंद आहेत ना, खिडक्या उघड्या राहिलेल्या नाहीत ना वगैरे. कुठल्या समस्येचा तुम्हाला सर्वाधिक त्रास होतोय हे जर तुम्हाला ठरवता येत नसेल तर सरळ समस्यांची एक यादी तयार करा आणि मग कोणती जास्त भयंकर आहे, आधी हाताळायला हवी ते ठरवा.

## उदासीन व्यक्ती :–

तुम्ही अलिप्त असता. तुम्ही :
- तणावमुक्त राहण्यासाठी तुम्ही घटना आणि माणसांमध्ये

गुंतत नाही. टाळत राहता.
- तुम्ही तुमच्या कल्पनेत असं विश्व निर्माण करता ज्यात फक्त आनंदच असेल, आणि त्यातच रमून जाता. तुम्ही इतर माणसांशी संवाद साधला पाहिजे.

## बळी किंवा शिकार :—

तुम्ही शंकेखोर आहात. तर मग
- तुम्हाला सगळ्या जगभर पावलोपावली संकटं दिसतात.
- इतरांच्या वागण्यात आकस दिसू शकतो.
- तुमच्या समस्यांबद्दल तुम्ही इतरांनाच जबाबदार धरता.
- कोणी काही सांगायला, सुचवायला गेलं की तुम्हाला त्यात धमकावणीचा सूर दिसतो.
- कोणी एखाद्या गोष्टीबाबत विरोधात्मक मत दिलं तर तुम्ही समजता की तुम्हालाच नाकारण्यात आलंय. कितीही अवघड वाटलं तरी मदतीचा हात देऊ करणाऱ्यांवर विश्वास ठेवण्याचा प्रयत्न करा. स्वत:ला दुसऱ्यांच्या जागी ठेवून बघा, म्हणजे त्यांना काय वाटत असेल ते तुम्हाला समजेल आणि मग त्यांनाही काहीतरी मदत देऊ करा.

*तणावमुक्त व्हा, आनंदी रहा । ११*

## तुम्ही निष्क्रिय आणि अवलंबून असाल तर...

◆ तुम्ही समस्या सोडवण्याऐवजी दुसऱ्या कुणीतरी ती सोडवण्याची वाट बघाल.

अशावेळी कुणी काही सल्ला दिला तर तो अमलात आणायचा प्रयत्न करा. परस्पर काहीतरी मार्ग निघेल म्हणून स्वस्थ बसायच्या ऐवजी त्यातून बाहेर पडायचा काहीतरी धडपड करा.

## तुम्ही आक्रमक आणि विरोध पत्करणार असाल तर...

तुम्ही लोकांकडे चक्क दुर्लक्ष करता आणि परिस्थिती आणखीनच बिघडून जाते.

◆ काय प्रतिक्रिया द्यावी हेच कळत नसल्यामुळे तुम्ही उगीचच विरोधी मत देता.

◆ लोकांचा सल्ला पटत नसेल तर तुम्ही तो सरळ धुडकावून लावता.

दुर्दैवानं तुम्हाला कुणाचाच सल्ला पटत नसल्यामुळे काहीतरी भयंकर उलथापालथ होऊन अगतिक होण्याची वेळ येईपर्यंत तुम्ही कोणाच्या बोलण्याकडे काडीइतकंही लक्ष देत नाही.

समजून घेणं, स्वीकारणं आणि सकारात्मक दृष्टिकोन ठेवणं

एवढं केलं तर ताणतणाव आणि त्यामुळे उद्भवणारे आजार यांच्यावर मात करता येईल.

■

# आयुष्याच्या सुरात सूर मिसळा

**तणावमुक्त जीवनाचे रहस्य :–**

'तुमच्या आत लपलेल्या खऱ्याखुऱ्या, निर्मळ आनंदाला मुक्तपणे अभिव्यक्त होऊ द्या. बाहेरच्या जगात सुख, शांती शोधण्यात आयुष्यातला वेळ आणि शक्ती वाया घालवू नका. लक्षात ठेवा काहीतरी मिळवण्यापेक्षा काहीतरी गमावण्यातच खराखुरा आनंद साठलेला असतो. लोकांपर्यंत जाऊन पोचा. आनंद एखाद्या अत्तरासारखा आहे; पण हे अत्तर आधी स्वत:ला लावून घ्यावं लागतं. मग इतरांना तो सुगंध दिल्यावर खूप दरवळतो.'

–ओग मँडिनो

**मदतीचा हात :–**

    या कड्याच्या टोकाशी या.
    नको, नको, आम्हाला भीती वाटते.
    या, ना, कड्याच्या टोकाशी या.
    नको, नको, पडायची भीती वाटते.

चला बरं, लवकर टोकाशी या.
आणि ते आले एकदाचे.
मग त्याने त्यांना पुढे ढकललं.
आणि काय आश्चर्य? उडायला लागले ते!

—गिलीयम अपोलीनिअर

## तुमच्या आयुष्याला काहीतरी अर्थ आहे :—

तुमच्या आयुष्याला काहीतरी अर्थ आहे, उद्दिष्ट आहे. असा विचार करून बघा, तुम्ही नसतात तर हे सगळं आहे तसं दिसलं नसतं. आजवर तुम्ही जिथे जिथे गेलात, ज्यांच्याशी बोललात ते सगळे तुमच्याशिवाय वेगळेच वाटले असते.

मग हे सगळं असं असताना स्वतःच्या अस्तित्वासाठी झगडा कशाकरता करायचा? कुणाच्यातरी मान्यतेची वाट का पहायची? मत्सर करणं, कडवटपणा बाळगणं किंवा स्वतःचीच कीव करत बसणं यात वेळ वाया का घालवायचा?

## कधी कधी हरण्यातसुद्धा मजा असते :—

प्रत्येकवेळी आपलीच जीत झाली पाहिजे असं कुठं आहे? खूप स्पर्धात्मक आयुष्य घालवणाऱ्या माणसांना सतत जिंकत राहण्याचं वेड असतं; पण ते आयुष्यात सुखी कधीच

होत नाहीत. ते जर कधी हरले तर ते ती हार सहन करू शकत नाहीत. आता असं बघा, जर ते जिंकले तर त्यांना तेच अपेक्षित असतं की नाही? मग त्या जिंकण्यात कसली आलीय रोमांचकता? एकसुरी कंटाळवाणंच वाटत असेल जिंकलं तरी. मग त्यापेक्षा आपली हार स्वीकारायला काय हरकत आहे? दुसऱ्याच्या जिंकण्यातसुद्धा आनंद अनुभवता येऊ शकतो.

## मैत्री करण्याचे क्षण गमवू नका :-

मैत्रीचा हात पुढे करत रहा. ती मैत्री गाढ कशी होत जाईल ते बघा.

जुन्या मैत्रीला उजाळा द्या. शेजारपाजाऱ्यांशी, कामाच्या ठिकाणी स्वत: होऊन नवे नवे मित्र जोडा. लोकांना आपल्याला सामावून घेतलं जाण्याची खूप गरज वाटत असते. त्यांनी कुणाचीतरी काळजी घ्यावी, त्यांचीही कुणीतरी काळजी घ्यावी, यातला आनंद अनुभवायचा असतो. आपलेपणाचा हक्क गाजवण्यातही मजा असते.

## सत्याला सामोरे जा :-

तुमच्या अपेक्षा वास्तवाला धरून असाव्यात.

आनंदी माणसं त्यांना हवं ते सगळं मिळालं म्हणून खुश नसतात. त्यांना जे मिळतं ते त्यांना हवंहवंसं वाटतं म्हणून

आनंदी होतात. त्यामुळे तुमच्याकडे असलेल्या गोष्टींची किंमत ओळखायला शिका.

असंतुष्ट लोक नेहमीच मृगजळापाठीमागे धावत असताना दिसतात. ज्यांची ध्येयं वास्तवाला धरून असतात ते लोक ती साध्य करून सुखी होतात. अवास्तव अपेक्षा करणारे मात्र खूप उंचावरून खाली पडतात.

कुटुंबीयांसमवेत किंवा कामाच्या ठिकाणी अवास्तव कल्पनारंजन करू नका. जगातला सर्वात श्रीमंत माणूस किंवा सर्वात सुखी कुटुंब वास्तवात कुठेच भेटत नाही.

वास्तवाला धरून रहा. परिस्थिती सुधारण्याचा प्रयत्न जरूर करा; पण लक्षात घ्या की परिपूर्ण काहीच नसतं.

**मदत घ्या :–**

कोणतीही समस्या स्वतःच एकट्यानं सोडवायचा अट्टहास करू नका.

समस्यांनी खचून जायला होतं. मुळात माणूस हा समूहप्रिय प्राणी आहे. आपल्याला आपल्या समस्या दुसऱ्याना बोलून दाखवायची गरज असते. आपल्यावर प्रेम करणाऱ्या माणसांवर किंवा आपल्यासारख्याच समस्यांमधून गेलेल्या माणसांवर आपण विश्वासानं विसंबायला काहीच हरकत नाही. आपण जर एकट्यानंच प्रसंगाला तोंड द्यायचा हटवादीपणा केला तर समस्या चिघळतच

जाते. याउलट इतरांशी बोलल्यामुळे समस्येच्या दुसऱ्या बाजू लक्षात येतात, काहीतरी मार्ग काढता येतो.

## वृद्धपणीचा काळही तरुणांइतकाच सुखाचा करता येऊ शकेल :–

तरुणांइतकेच वृद्धही आनंदी असतात. शांत, प्रसन्न, समाधानी आयुष्य जगण्याची मनाची तयारी करा. तुमच्या शब्दकोशात 'कंटाळा' हा शब्दच असता कामा नये. ज्याप्रमाणे आधीपासूनच आर्थिक नियोजन, भविष्याची तरतूद करून ठेवली तर सुखावह होतं, त्याचप्रमाणे आधीपासूनच मित्र जोडून छंद जोपासायला हवेत. हे सगळं निवृत्त होण्याच्या आधीच योजून ठेवलं पाहिजे.

## दिनक्रम असणं जरुरीचं :–

आपला आपला काहीतरी दिनक्रम असावा. खरं म्हणजे रोजच्या रोज करायची कितीतरी गरजेची कामं असतात. त्या सगळ्यांना एक नियमितपणाची शिस्त लावली तर सगळं सुरळीत पार पडू शकतं.

प्रत्येक दिवशी दिवसभरात काय काय कामं पार पाडायची असतील त्याची चक्क यादी बनवा.

दिनक्रम निश्चित केला, की मग कामाची गर्दी वाटत नाही. गोंधळून जायला होत नाही.

कोणतंही काम 'कामगिरी' समजून पार पाडा. नुसतं 'काम' समजून उरकू नका. मनापासून कामात गुंतवून घेतलं तर ते कंटाळवाणं ओझं वाटत नाही. काम करताना तो आपला महत्त्वाचा उद्योग आहे असं समजून केलं तर ते करताना फारसे श्रम होत नाही. मनालाही ते करताना क्लेश सहन करावे लागत नाहीत. उलटपक्षी ते काम म्हणजे स्वत:ला अभिव्यक्त करायचं माध्यम होऊन जातं.

## तुमच्या नीतिमूल्यांचं मूल्यमापन करा :-

तुमच्या महत्त्वाकांक्षांच्या पूर्तीसाठी तुमच्या मूल्यांचा सौदा कधीच करू नका.

हवं ते मिळवण्यासाठी नीतिमूल्यांना पायदळी तुडवणारी माणसं आयुष्यात कधीच सुखी-समाधानी होऊ शकत नाहीत. त्यांचा अंतरात्मा अशा प्रकारे मिळवलेल्या यशाचा आनंद त्यांना कधीच लुटू देणार नाही. तुमच्या मनात जर स्वत:बद्दलच आदरभाव नसेल तर समाधानाचा ठेवा तुम्हाला कधीच गवसणार नाही.

## पुरेशी झोप घ्या :–

झोपेत काटछाट करू नका. पुरेशी झोप म्हणजे उत्साहवर्धक टॉनिकच असतं. पुरेशी झोप घेऊन ताजेतवाने झालेले लोक दिवसभरातली कामं मोठ्या उत्साहानं पार पाडताना दिसतात.

## हास्य :–

तुमचा हसरा चेहरा इतरांना खूप बळ आणि उत्साह देऊन जातो. मग तेही तुम्हाला खुश ठेवायला धडपडतात. मग? हसतमुख राहणार ना? हसायला काय मोठे कष्ट पडतात हो?

## संगीत ऐका :–

संगीतामध्ये लोकांची मनं जोडण्याचं अचाट सामर्थ्य आहे. आपल्या आवडत्या गाण्यांच्या माध्यमातून आपण आपल्या मनाला आवडत्या ठिकाणी घेऊन जाऊ शकतो. संगीत हा एक उपचार आहे. चांगलं संगीत ऐकल्यावर स्नायूंमधला ताणतणाव कमी होऊ शकतो. आणि 'चांगलं' याचा अर्थ की जे तुम्हाला आनंद देतं!

## गंमत-जंमत :–

दिवसभरातला थोडा वेळ गंमत जंमत करण्यात घालवायला

काहीच हरकत नाही. चेष्टामस्करी, हसणं-खिदळणं हे सगळं उत्साह वाढवणारच असतं. एरवी जो सभ्यतेचा गंभीर मुखवटा धारण करून वावरायला लागतं तो मुखवटा थोडा वेळ बाजूला काढून ठेवा. आणि लहान मुलासारखी खुश्शाल धमाल करा.

मोकळी हवा, मोकळा स्वच्छ सुंदर सूर्यप्रकाश श्वासात-डोळ्यांत भरून घ्या. अंधाऱ्या बंद खोल्यांत दिवसभर राहिलो तर औदासिन्य येतं. पण मोकळ्या हवेमुळं, कोवळ्या उन्हामुळं, प्रसन्नता येते मनाला.

## सुगंधित वातावरण :–

घरात छानशी फुलं सजवून ठेवा फुलदाणीत. एअर फ्रेशनर वापरा. घरात सुगंध दरवळत असला, की वाऱ्याबरोबर प्रसन्नताही वाहत राहते.

## अर्थ द्या :–

सगळ्या गोष्टी अर्थपूर्ण बनवा. तुम्ही जे काही कराल त्यामागे उद्दिष्ट असू द्यात काहीतरी. निरुद्देश केलेलं काम यश आणि समाधान देत नाही. घर नीटनेटकं ठेवणं, जेवण बनवणं, यासारख्या कितीतरी गोष्टी आवडीनं करून आनंद निर्माण करता येतो.

## पैसा महत्त्वाचा नाही :–

पैशाने सुख विकत घेता येत नाही. आपण आपल्या आयुष्यातला कितीतरी वेळ पैशामागे धावण्यात, पैशाची विवंचना करण्यात, पैसे मिळवण्यात, वाचवण्यात, साठवण्यात, खर्च करण्यात घालवतो. तुम्हाला हे जाणून आश्चर्य वाटेल, की कितीतरी श्रीमंत लोक आयुष्यभर दुःखी आणि असंतुष्ट राहतात. श्रीमंती आणि आनंद यांचा काहीही संबंध नाही.

## आता निवड तुम्हालाच करायची आहे :–

आयुष्याचा नक्की अर्थ काय? हे तुमचं तुम्हीच ठरवायचं आहे. तुमच्या निर्णयावरच तुमचं भवितव्य, तुम्ही स्वतः, तुमच्या आसपासच्या गोष्टी या सगळ्याबद्दल तुम्हाला काय वाटतं ते अवलंबून असणार आहे. तुमच्या दृष्टीनं कशाला महत्त्व असणार आहे ते ठरणार आहे. तुम्ही कोणत्या दृष्टिकोनातून जगाकडे बघणार आहात ते ठरणार आहे. तुम्ही कसं जगू इच्छिता? शांत आणि आनंदी की दुःखी आणि तणावग्रस्त ते तुमच्या निर्णयावर निश्चित होणार आहे. त्यामुळे योग्य निर्णय घेणंच आवश्यक आहे.

## इंद्रधनुष्याचे रंग :-

'काहीतरी आर्थिक लाभासाठी आपल्याला दिवसभर काम करावं लागतं हे खरंय; पण इंद्रधनुष्यातला कोणता रंग तुम्ही सकाळी निवडता ते महत्त्वाचं. मग त्याचं रंगात तुम्ही दिवसभर रंगून जाता.'

— डग्लस पॅगेल्स

## यशाची चव फार गोड असते :-

आपण आयुष्यात घडून गेलेल्या चुकीच्या गोष्टी आठवून दुःख करण्यात पुष्कळ वेळ वाया घालवतो. पण त्याऐवजी आयुष्यातल्या यशस्वी क्षणांना उजाळा द्या. मग ते लहानसहान घटनांशी संबंधित जरी असले, उदाहरणार्थ – चांगल्या वस्तूची खरेदी, एखाद्या सुंदर पुस्तकाचं वाचन, अशा छोट्याशा घटना जरी असल्या तरी त्यांच्या आठवणी मनाला सुखावून जातात. आनंदी कुटुंब, फ्लॅटची, कारची खरेदी, फुललेलं करिअर या गोष्टी तर आनंददायी असतातच. मग तुम्हीच विचार करून बघा. तुम्हाला खुश करणाऱ्या, आनंद देणाऱ्या, चेहऱ्यावर हसू फुलवणाऱ्या लक्षावधी घटना तुम्हाला घडलेल्या दिसून येतील.

एखादा हेतू मनात ठेऊन स्वत:ला गुंतवून घ्या. आपल्या आसपास कितीतरी गरजू, वंचित लोक असतात. त्यांना जमेल ती मदत-वेळ, कष्ट, पैसा-आवर्जून करा. त्यांच्या चेहऱ्यावर फुललेलं हसू पाहिल्यावर तुमचं दु:ख कुठल्याकुठं पळून जाईल. तुमच्या मुलांना घेऊन अनाथाश्रम, अंधशाळा मूक-बधिर-अपंग-मतिमंद मुलांसाठीच्या शाळांमध्ये जा. त्यांना कलाकुसरीच्या गोष्टी शिकवा. त्यांच्याशी खेळा, बोला, गाणी म्हणा, सहलीला जा.

अशाप्रकारे दुसऱ्यांचा विचार करण्यानं आपला ताण- मग तो खरा असो वा काल्पनिक- निघून गेल्याशिवाय राहणार नाही.

## विश्वास ठेवा :-

चांगुलपणाच्या शक्तीवर विश्वास ठेवा. प्रत्येकजण दु:खात सुख शोधत असतो. प्रत्येकजण आपापल्या समस्यांनी गुरफटून गेलेला असतो. दुसरी व्यक्ती तुमच्या आयुष्यात संकटं निर्माण करण्यासाठी जन्माला आलेली नसते यावर विश्वास ठेवा. विश्वास ठेवा, की यापुढे अजून खूप काही चांगलं घडणार आहे. आत्मविश्वास बाळगा. आयुष्य नावाच्या राक्षसी चक्रावर आरूढ होऊन यशस्वी होण्याची क्षमता तुमच्यात आहे यावर विश्वास ठेवा.

## औदार्य दाखवण्याची क्षमता :-

कामाच्या बाबतीत मोबदल्याची अपेक्षा ठेवणं ठीक आहे, पण इतर ठिकाणी अपेक्षा न ठेवता काहीतरी देण्यातही आनंद असतो. कधीकधी तुमचा वेळ, श्रम, कौशल्य आपला प्राप्तीहक्क सोडून कुणाला तरी जरूर द्या. नेहमीच खूप अपेक्षा ठेवल्या तर नैराश्य आणि ताणतणाव हातात हात घालून तुमच्या भेटीला आलेच म्हणून समजा. म्हणून विचार, आचार आणि आपलं बोलणं यात औदार्य असू द्यावं. दुसऱ्याबद्दल चांगला विचार करा, कुचाळक्या करू नका आणि निंदा करू नका. काहीतरी असं करा की त्यामुळे दुसऱ्याचं आयुष्य उजळून जाईल.

## तुमचं स्वतःचं महत्त्व खूप मोठं आहे :-

लक्षात ठेवा, तुमच्या आयुष्यात तुम्हालाच सर्वाधिक महत्त्व आहे. दिवसभरात, आयुष्यात तुम्ही जी काही तुमची सामाजिक, कौटुंबिक कर्तव्य पार पाडत असता, ती पार पाडत असतानाच तुमच्या आवडी-निवडींनाही महत्त्व द्यायला हवं. त्यामुळे थोडंसं स्वतःचं कोडकौतुक करून घ्यायलाही मागंपुढं बघू नका. तुमची इच्छा नसताना सिनेमाला जबरदस्तीनं न जाता तुमच्या आवडीचं पुस्तक वाचा. जेव्हा 'नाही' म्हणावंसं वाटेल तेव्हा बिनदिक्कत म्हणा. त्यात काहीच गैर नाही.

## शिस्त :–

आयुष्याला काहीतरी शिस्त लावा. विचार आणि भावनांमध्ये समतोल साधा. रात्री झोपण्यापूर्वी, आपण जसं पाकिटातल्या नको असलेल्या गोष्टी काढून ठेवतो तसं डोक्यातले निरर्थक विचार काढून टाका. कडवटपणा आणि सुडाची भावना बाळगणं म्हणजे स्वत:च्या पायावर धोंडा पाडून घेण्यासारखं आहे. नकारात्मक भावना आणि कडू आठवणी मनातून काढून टाका. मनातला गोंधळ, आयुष्यातला भोंगळपणा दूर करा. स्वत:च्या आत आणि आसपास मोकळी जागा निर्माण करा.

## आयुष्यातले आनंदाचे छोटे छोटे क्षण :–

गुलाबाच्या पाकळ्यांवरचे टपोरे पावसाचे थेंब, लतादीदींचं गाणं, मुलांची किलबिल... काय काय आठवावं? अनुभवावं? रोमांचित व्हावं? हे क्षण जरी छोटे असले तरी त्यात किती आनंद साठलेला असतो! तो आनंद अनुभवत गात्र सैलावू द्या. स्वप्नांना जाग येऊ द्या.

# चिंता सोडा, मजेत रहा

**मन**

'मनाचं काय घेऊन बसलात? ते काय वाट्टेल ते करू शकतं बसल्या बसल्या. स्वर्गाचा नरक नाहीतर नरकाचा स्वर्ग काहीही करेल ते.'

—जॉन मिल्टन

काळज्यांमुळे निर्माण झालेला ताणतणाव माणसाला नैराश्याच्या गर्तेत घेऊन जातो. काळजी करण्यानं ताण येतो, आणि ताण आल्यामुळे काळज्यांमध्ये भर पडते.

आलं का लक्षात?

अचानक येणाऱ्या समस्येमुळे काळजी वाटायला लागू शकते. मनाला सतत कुरतडत राहणाऱ्या गोष्टींमुळे मन अस्वस्थ होऊन जातं.

मनाचा समतोल साधता आला तर या काळज्यांवर मात करता येते. जेव्हा मन चिंताग्रस्त व्हायला लागतं तेव्हा ताबडतोब एखादी गंमतशीर घटना आठवा.

आता तुम्हाला हे कदाचित चमत्कारिक वाटेलही, पण याचा उपयोग होऊन आपल्याला मनाचा तोल सावरणं खरोखरच शक्य होतं.

मनात भय निर्माण न करणाऱ्या गोष्टींवर लक्ष केंद्रित केलं, की चिंता आपोआप कमी होतात.

मग एकदा का तुमचं मन शांत झालं की तुम्ही असं काहीही काम करू शकता जे करताना तुम्हाला मजा तर येत असेलच पण मन एकाग्र करण्याचीही आवश्यकता असेल. त्यानंतर मन संपूर्णपणे शांत झालं, की मगच समस्येकडे वळा.

## स्वप्नातलं गाव :–

'प्रत्येक चांगला विचार तुमच्या आयुष्यात काहीतरी महत्त्वाचं घडवून आणतो.'

–ग्रेनव्हील क्लेझर

ताण कमी करण्याच्या दृष्टीनं एखादं दृश्य डोळ्यापुढं आणण्याला खूप महत्त्व आहे. विशेषत: शरीर सैल सोडून दीर्घश्वसन करता करता दृश्य डोळ्यापुढे आणण्यानं ताण कमी करता येतो.

काही वेळा आजूबाजूचं वातावरण प्रसन्नता निर्माण करणारं

असतं किंवा ताणतणाव निर्माण करणारंही असू शकतं. अशावेळी कल्पनेनं मनात एखादं चांगलं चित्र रंगवण्याचा खूप उपयोग होतो. मन कल्पनेत रंगून गेलं की तुम्हाला जिथे सुरक्षित, शांत, निवांत सुंदर आणि आनंददायी वाटू शकेल अशा एखाद्या स्थळाची, घटनेची आठवण मनात करा. मनातल्या मनात कल्पना करून कोणतंही दृश्य जिवंतपणे अनुभवता येऊ शकतं–अगदी पावसाच्या आवाजासह, मोगऱ्याच्या वासासह, पुरणपोळीची चव आणि सूर्याच्या कोवळ्या उन्हासकट सगळं मनातल्या मनात अनुभवता येतं.

मग ताण घालवण्यासाठी आपण या कल्पनाशक्तीचा उपयोग का करून घेऊ नये?

'चंचल मनाला स्थिर करा आणि मुक्तीचा, शाश्वत आनंदाचा ठेवा हस्तगत करा.'

—स्वामी शिवानंद

दीर्घकाळ एखाद्या आनंददायी पवित्र गोष्टीवर मनातले विचार केंद्रित करणं म्हणजेच ध्यान होय.

यामुळे तुमचं समस्येवर एकवटलेलं चित्त बाजूला जातं आणि मग ताण कमी होत जातो. तसंच मनाला विश्रांती मिळून मनाची कमी झालेली शक्ती पुन्हा भरून काढता येते.

एखादी वस्तू, देवतेची मूर्ती, श्वास, नाद यासारख्या एखाद्या गोष्टीवर सगळं लक्ष केंद्रित करून विचार थांबवणं म्हणजेच ध्यान.

## शरीर सैल सोडा :–

शरीर सैल सोडून आरामशीर बसा. तुमचं शरीर लवचिक असेल तर तुम्हाला पद्मासनातही बसता येईल. पण ते जर शक्य नसेल तर साधी मांडी घालून किंवा खुर्चीवर खाली पाय सोडून बसा. तेही शक्य नसेल तर आडवे पडा.

## श्वासावर लक्ष ठेवा :–

श्वास आत घेताना अशी कल्पना करा, की तुम्ही उत्तम आरोग्य आणि प्रसन्नता आत घेताय. श्वास सोडताना कल्पना करा, की ताणतणाव आणि दु:ख, कटुता, नैराश्य तुम्ही बाहेर टाकताय.

## नादावर, आवाजावर लक्ष केंद्रित करा :–

काहीजण एखाद्या वाद्याचा मंद आवाज ऐकतात. काहीजण प्रार्थनागीत म्हणतात. काही 'ॐ' म्हणतात. अशाप्रकारे तुम्हाला

आवडेल त्या आवाजावर लक्ष केंद्रित करून तुम्हाला ध्यान करता येईल. त्यातूनच मन शांत होऊन हळूहळू एकाग्रता वाढेल.

## ताण घालवण्यासाठी काही अन्य उपाय :–

'कुणी पाहत नाहीये असं समजून नृत्य करा. कुणीही ऐकत नाहीये असं समजून खुशाल मोठमोठ्यानं गाणी म्हणा. तुम्हाला कायम प्रेम मिळत असल्याच्या थाटात आपल्या प्रेमाची मुक्तपणे उधळण करा आणि ही पृथ्वी म्हणजे स्वर्गच असल्यासारखे आनंदात रहा.'

—मार्क ट्वेन

## गाणं :–

गाण्यामुळे ताणतणाव गेल्याचं शपथेवर सांगणारी माणसं जगात आहेत. तुम्हाला जिथं मोकळेपणानं गाता येईल तिथे गा. कारमध्ये, शॉवर घेताना, घरात, बाहेर अगदी कुठेही गा. तुम्ही लहानपणीची बडबडगीतं म्हणताय की गाजलेली दर्जेदार गाणी म्हणताय ते महत्त्वाचं नाही. मन मारायची सवय घालवून मोकळेपणानं स्वत:ला व्यक्त करायला शिकणं आणि आनंद मिळवणं या गोष्टी जमणं महत्त्वाचं आहे.

वाटलं तर कंबर हलवून नृत्य करा. वेडेपणा वाटतोय? काही हरकत नाही. निदान ताण तरी वाटत नाही ना?

**छंद :–**

विणकाम, भरतकाम, मातीकाम अशासारखा कोणताही छंद जोपासा. त्यातून काही भव्य-दिव्य निर्माण नाही झालं तरी चालेल. फक्त त्या प्रक्रियेत गुंतण्याचा आनंद घ्या.

अशा प्रकारचं काम एका जागी बसून शांतपणे, तन्मयतेनं करताना खूप आनंद वाटत राहतो. आराम वाटतो.

**बागकाम :–**

थोडंस बागकाम करा. त्याकरता काही खूप मोठा बागबगीचा, अंगण असण्याची आवश्यकता नाही. फ्लॅटमध्ये राहणारे लोकही गच्चीत बाग फुलवू शकतात. गच्चीसुद्धा नसणारे लोक घरातच कुंड्यांमधून दोन-चार झाडं लावू शकतात.

हे काम सुरुवातीला कष्टाचं, कंटाळवाणं वाटू शकेल कदाचित. पण हळूहळू जेव्हा रोपं वाढायला लागतील, नवी पानं, कोंब फुटायला लागतील, कळ्या धरून फुलं येतील, फळं येतील तेव्हा ती सगळी प्रक्रिया बघताना खूप मोठा ठेवा मिळाल्याचा आनंद होतो हे नक्की.

बागकामाचं वेड असणारी माणसं म्हणतात, की बागकाम करण्यानं ताणतणाव तर दूर होतोच; शिवाय आसपास सुंदर वातावरण निर्माण झाल्याचा आनंद मिळतो तो वेगळाच.

## प्राणी पाळा :-

एखादा प्राणी पाळून त्याच्याशी खेळा. प्राणी पाळणारे लोक दीर्घायुषी होऊन ताणविरहीत जीवन जगताना दिसतात.

आपण पाळलेल्या एखाद्या गोंडस-गुबगुबीत मांजराच्या पिल्लाला किंवा तगड्या कुत्र्याला घेऊन फिरायला बाहेर पडल्यावर त्यांच्याशी आपोआपच निरपेक्ष मैत्री होते. ताणतणाव, क्लेश फिरकतसुद्धा नाहीत आसपास.

## आकाशदर्शन :-

ताऱ्यांचं निरीक्षण करा. स्तब्ध, शांत, गडद अंधारात निवांत बसून चमचमणाऱ्या ताऱ्यांना बघताना स्वर्ग दिसल्यासारखं वाटतं. गंमत म्हणून तारकासमूहांना, ग्रहांना ओळखण्याचा प्रयत्न करा.

विश्वाचा प्रचंड, महाकाय पसारा बघितला, की आपली समस्या फारच किरकोळ वाटायला लागते.

## वाचन, लेखन, गप्पा :-

सृजनात्मक काम करण्यानं ताण नक्की कमी होतो. चांगली पुस्तकं वाचा. कविता लिहा. रांगोळी काढा. तुमच्याशी गप्पा करण्यात रस असलेल्या व्यक्तीला गमतीजमती सांगा.

एखादी गोष्ट तुम्ही जेव्हा दुसऱ्यांना सांगता आणि मग त्या व्यक्तीच्या चेहऱ्यावर तुमच्या भावनांशी मिळतेजुळते भाव दिसतात, तेव्हाच तुम्हाला खरा आनंद मिळतो. एखादा विनोद, चांगला विचार किंवा गोष्ट सांगा.

आता वरती हे जे काही सगळं सांगितलं ते ताण घालवण्यासाठी अमलात आणायच्या ठराविक उपायांखेरीज करून बघायच्या युक्त्या आहेत. तुम्ही विचार करून बघायच्या युक्त्या आहेत. तुम्ही विचार करून बघितला तर तुम्हाला आणखी काही नवीन युक्त्या सुचतील. शेवटी प्रत्येकाचं आपलं असं एक वेगळंच विश्व असतं. आपलं आयुष्य आनंदाचं, सुखाचं, आरामदायी कसं करायचं ते तुमचं तुम्ही शोधून काढा. तुम्ही अवलंबलेले उपाय वाटलं तर लोकांना सांगा नाहीतर तुमच्यापुरतेच गुपित म्हणून ठेवा.

■

# दोन घडीचा डाव ...

'दोन घडीचा डाव, याला जीवन ऐसे नाव' हे सुप्रसिद्ध गीत आयुष्याबद्दल खूप काही सांगून जातं. मग हा डाव आपण रडीचा आणि चिडीचा खेळणार, की त्यात रंगत आणून तो जिंकणार हे आपणच ठरवायचं आहे.

'दु:ख करून जर तुम्ही तुमचं आयुष्य एका तासानेसुद्धा वाढवू शकत नसाल तर मग जे हातातच नाही त्याबद्दल चिंता का करता?'

–ल्यूक १२:२५-२६

मग आता तुम्ही हा खेळ रंगून जाऊन खेळणार, जिंकणार आहात, तर या घ्या चार युक्तीच्या गोष्टी आणि स्वत:ला मानसिक, शारीरिक आणि भावनिक पातळीवर सज्ज करा.

## खा-प्या मजेत रहा :–

माफक, योग्य आणि चांगला आहार घ्या. चरबीयुक्त पदार्थ, अती गोडधोड, तेलकट-तुपकट खाणं टाळा.

## पुरेशी विश्रांती घ्या :-

शरीरातील स्नायूंमधला ताणतणाव काढून टाकण्यासाठी पुरेशी विश्रांती घेऊन स्नायूंना आराम देणं आवश्यक असतं. त्यासाठी दीर्घश्वसन, प्राणायाम, योगासनं, ध्यानधारणा, शवासन, चांगलं संगीत ऐकणं, आयुर्वेदिक मसाज यासारख्या एखाद्या गोष्टीचा अवलंब करा. मग शरीर एकदम स्वस्थ आणि निरोगी राहतं. आयुष्यातल्या चढ-उतारांना सामोरं जाताना शरीराची उत्तम साथ मिळते.

## चाला :-

चालण्यासारखा साधा, सोपा, कधीही, कुठेही करता येण्यासारखा व्यायाम दुसरा कुठलाही नाही. त्यामुळे शरीर तंदुरुस्त तर राहतंच, शिवाय मनही एकदम तरतरीत, ताजंतवानं होतं. बरं आणखी एक फायदा म्हणजे चालायला पैसे खर्च करावे लागत नाहीत.

## चपळ रहा :-

दिवसभर टीव्ही पुढे चिखलाच्या गोळ्यासारखे बसून राहू नका. घरी असलात तरी काहीतरी हालचाल करत रहा. काहीतरी असं आवडीचं काम काढा ज्यातून तुम्हाला शारीरिक

श्रमही होतील.. स्वच्छता, झाडपूस, सामानाची हलवाहलव करा. काहीतरी सामाजिक कार्यात हातभार लावा.

**खेळकर व्हा :-**

एखादा खेळ खेळत जा. क्लबात मित्रांबरोबर, घरात मुलांबरोबर कोणताही एखादा खेळ खेळून घाम गाळा. खेळात फार मोठं काही करून दाखवायचा हेतू नसला तरी चालेल; पण दिवसभरातला ताण घालवणं आणि आखडलेले स्नायू मोकळे करणं हा हेतू जरूर असावा.

**जवळीक साधा :-**

एकटेपणा वाटेल तेव्हा बेधडक, कमीपणा न वाटून घेता कुणाच्यातरी आपल्या माणसाच्या कुशीत शिरा. मनातलं मोकळेपणानं बोलून दाखवा. काही भीती असली तर तीही व्यक्त करा. कुणाचा तरी धीराचा स्पर्श, शब्द खूप आधार देऊन जातो.

तुमचं म्हणणं ठामपणे व्यक्त करायला शिका. भावना दाबू किंवा लपवू नका. संधी मिळवा, तुम्हाला समजून घेईल अशी व्यक्ती शोधा. त्या व्यक्तीशी संवाद साधा. तसंच तुम्हीही दुसऱ्यांना समजून घ्या. त्यांचं म्हणणं शांतपणे, लक्षपूर्वक ऐकून घ्या. दुसऱ्यांशी बोलणं हीसुध्दा एक प्रकारची विश्रांतीच असते. तुमचं बरोबर असतं तेव्हाच आपलं म्हणणं आग्रहानं

ठामपणे मांडा. जेव्हा 'नाही' म्हणायचं असेल तेव्हा 'नाहीच' म्हणा. कुणालातरी खुश करण्यासाठी उगीचच हो ला हो करू नका. त्यानं सुटका तरच होत नाहीच तर उलटं अडकायला होतं नको त्या भानगडीत.

तुम्ही जे आणि जसे आहात तसे आणि तुम्हाला आयुष्यात नक्की काय हवंय त्याचा मोकळ्या मनानं स्वीकार करा. आयुष्याचं गणित सोपं होऊन जातं. सकारात्मक विचार करत रहा. ठाम रहा. टीका करायची वेळ आलीच तर योग्य बाबतीत सुधारणा घडायच्या दृष्टीनेच करा. अवाजवी हट्ट धरू नका.

पैसा नुसता साठवत बसू नका चिक्कूपणे आणि उगीचच उधळूही नका. पैशाचं नियोजन उष्कृष्ट असलं की पुढे जाऊन अडचणीचं प्रसंग उद्‌भवत नाहीत. आवश्यक तिथे जरूर खर्च करा. वेळप्रसंगाला उपयोगी पडावेत म्हणून थोडी थोडी बचतही करत जा. म्हणजे मग संपूर्ण आयुष्य आरामात जाऊ शकेल.

दिवसरात्र 'आपलं कसं होईल?' या दहशतीखाली जगू नका. आपल्या गरजा निश्चित करा आणि आपली मिळकत पुरेशी कशी होईल ते पहा.

### वेळेचं नियोजन करा :–

दिवसभराचा कार्यक्रम नीट आखा. सकाळीच आपली दिवसभरातली कामं आठवून वेळेचं नियोजन करा. त्यालाही

कागद- पेन घेऊन बसायचं कारण नाही. मनातल्या मनात जुळणी केली की झालं. फारच काही महत्त्वाचं असेल तर यादी तयार करा. डायरीत नोंद ठेवा. वेळ पाळा. दुसऱ्यांना दिलेली वेळ पाळणं फार फार महत्त्वाचं असतं. उगाच ओढून ताणून धावपळ करत राहू नका. कारण तुम्ही किती व्याप सहन करू शकता हे तुमचं तुम्हाला चांगलंच कळत असतं. जरा लवकर उठा सकाळी. तुम्हाला स्वत:लाही थोडा वेळ देऊन ताजंतवानं होण्याची गरज असतेच की! मग तुम्ही उत्साहानं आणि शांत चित्तानं दिवसभरातल्या जबाबदाऱ्या पार पाडू शकता.

## कृतिशील रहा :-

काहीतरी घडलं म्हणून मग मी अशी धावपळ केली असं धोरण ठऊ नका. तुम्ही स्वत:हून काहीतरी करत रहा. तुमच्या दृष्टीनं महत्त्वाच्या गोष्टी कोणत्या आहेत ते ठरवा. ध्येय ठेवा. महत्त्वाकांक्षा बाळगा. ते सगळं साध्य करण्यासाठी नियोजनबद्ध पावलं उचला. सबबी टाळा. प्रयत्नवादावर भर द्या. वेळ द्या पुरेसा. स्वत:ला झोकून द्या. मग बघा काय जादू घडते ती.

## समस्या सोडवा... त्यात अडकून पडू नका :-

फार थोडे प्रश्न आहेत जगात की ज्यांना काही उत्तरच नाहीत. एखादी समस्या समोर आलीच तर तिचा सांगोपांग

विचार करा. माहिती मिळवा. येईल त्या प्रसंगाला तुम्ही आरामात तोंड देऊ शकता अशा प्रकारचा फाजील आत्मविश्वास बाळगू नका. गरज पडली तर मदत घ्या. मदत घेताना ओशाळवाणं वाटू देऊ नका. पर्यायांचा विचार करून त्यातला उपयुक्त पर्याय स्वीकारा. त्याचा परिणाम काय होऊ शकेल याचा अंदाज घ्या. कोशातून बाहेर पडून विचार करा. काही ना काही तोडगा हमखास मिळेल.

## स्वत:लाच आव्हान देऊन बघा :–

तुमची विचार करण्याची पद्धतच कदाचित नुकसान करणारी असू शकेल. म्हणून जागरूक होऊन विचारांकडे लक्ष द्या. सकारात्मक विचार आणि नकारात्मक विचार यातला फरक समजून घ्या. स्वत:चं प्रामाणिक मूल्यमापन करा. तुमचा कल नैराश्यपूर्ण विचार करण्याकडे आहे का? समस्येचा सर्व बाजूंनी खोलवर विचार करा. तुमच्याच दृष्टिकोनांना आव्हान द्या. बदल घडवून आणा.

पुष्कळदा आपल्या लहानपणापासून काही विशिष्ट समज आपल्या मनात घट्ट मूळ धरून असतात; पण प्रत्यक्ष जीवनात कधी कधी ते काळाला धरून नसल्यानं द्विधा मन:स्थिती होते. अशावेळी स्वत:च्या धारणा बदलून काळ, वेळ आणि प्रसंगाला अनुसरून नवीन धारणा स्वीकारायला कचरू नका.

'लोकांनी माझा स्वीकार केला नाही तरी मी सुखी होऊ शकेन.'

'सगळ्याच वेळी माझं आणि जगाचं एकमत नाही होऊ शकणार.'

'मी मोठा होण्यासाठी परिपूर्ण असलोच पाहिजे असं कुठे आहे?' या गोष्टी मंत्रासारख्या जपत रहा.

मनापासून खळखळून हसायला शिका. हो अहो, असं हसायला शिकावंच लागतं. आयुष्याला, स्वतःला, परिस्थितीला, छोट्या छोट्या गोष्टींना हसत हसत झेलायला शिकावंच लागतं. 'हास्य' हा उपचारच आहे, एक प्रकारचा. औषध आहे ते.

'एखाद्या गावात वीस गाढवांवर औषधाची पोती लादून आणली तर त्याचा जेवढा उपयोग गावातल्या माणसांना होईल त्यापेक्षा कितीतरी पटीनं अधिक फायदा एक विदूषक गावात येण्यानं होईल.'

– थॉमस सिडनेहॅम

लक्षात ठेवा, मनुष्य हा एकमेव प्राणी आहे जो हसू शकतो. देवानं त्याला दिलेलं 'हास्य' हे वरदानच आहे. मोठा अनमोल खजिना आहे. फालतू गोष्टींवरून मित्रांबरोबर खिदळताना मूड एकदम मस्त होऊन जातो. नैराश्य कुठल्याकुठे पळून जातं.

**ईश्वरी सान्निध्य अनुभवा :–**

सत्याचा शोध घ्या. अंतर्मुख व्हा. आतूनच जगाशी लढायची शक्ती मिळवा. सुख:दु;ख, विजयाचा आनंद कोणत्याही भावनेचं टोक गाठलं की ताण येतो. उत्साहाच्या भरात नैराश्य तुम्हाला रसातळाला घेऊन जात नाही ना याकडे लक्ष द्या.

**हे लक्षात ठेवा :–**

'या सगळ्या विश्वात मीच भरून राहिलो आहे.

माझे विचार अमर्याद आहेत. मी निर्माणही करू शकतो,उद्ध्वस्तही करू शकतो.

मग मी नशिबापुढे हार का मानावी? वारा, पाणी आणि एखादा पक्षी यांच्याइतकाच मी स्वछंद आहे. मग मी स्वत:ला माझ्या पूर्वग्रहानी, पिंजऱ्यात बंदिस्त का करून घ्यावं?'

**–एन. कावासेरी**

तुमचा या वाक्यांवर विश्वास बसतो ना? जर बसत असेल तर निराश व्हायचं काहीच कारण नाही.

■

# बेड्या सोडवा

योग्य दिशेनं क्रमाक्रमानं पावलं उचलत राहण्यानं खूप मोठी स्वप्नं साकार होऊ शकतात.

पुष्कळदा व्यक्तिगत पातळीवर छोट्या छोट्या बाबतीत क्रमाक्रमानं घडवून आणलेले योग्य बदल आपल्याला तणाव आणणाऱ्या प्रसंगावर मात करायला शिकवतात. जुन्या नकारात्मक सवयी घालवा आणि हळूहळू तुमच्या व्यक्तिमत्त्वात बदल घडवून आणा.

## स्वत:शीच एक करार करून घ्या :–

- तुमचा शब्द खरा करून दाखवा. त्याचा मान तुम्ही स्वत:च राखा.
- तुमच्या बोलण्यात सचोटी दिसली पाहिजे.
- तुम्हाला जे बोलावंसं वाटेल तेच बोला आणि तुमच्या बोलण्यातून अर्थही तोच निघाला पाहिजे जो तुम्हाला अभिप्रेत असेल. त्या मताशी प्रामाणिकही रहा.
- स्वत:च्याच मताशी विसंगत मत मांडू नका. मग बोलण्याला काहीच अर्थ उरत नाही.

- तुमच्या शब्दाची किंमत ओळखा.
- त्या किमतीचा, वजनाचा काळजीपूर्वक वापर करा.

'अतिनम्रतेचा आव आणू नका. एवढे काही आपण महान नसतो.'

—गोल्डा मायर

हसू आलं ना? छान! याच चालीवर याहीपुढे जाऊन असेही म्हणू या, की एवढे आपण अतिमहत्त्वाचे व्यक्तीपण नाही आहोत. त्यामुळे प्रत्येक गोष्ट जिवाला लावून घेऊ नका. स्वत:वर ओढवून घेऊ नका.

- तुमच्यामुळे इतरांच्या हातून काही कृती होत नसते किंवा त्यांच्या बोलण्याला तुम्ही जबाबदार नसता.
- लोक जे काही वागतात, बोलतात, त्यामागे त्यांची स्वत:ची काही कारणं असतात.
- दुसऱ्याचं मत जरूर विचारात घ्या; पण त्या मतावरती अवलंबून राहू नका.
- माणसांशी मैत्री करा, नाती जोडा, पण त्यातून भावनिक आधार शोधू नका.
- काही चुकीचं घडलंच तर त्याबद्दल स्वत:लाच दोष देत बसू नका.

- जेव्हा सगळं चांगलं घडतं तेव्हा सगळं श्रेय स्वत:च्याच खिशात घालू नका.
- सिंहासन जरी असलं तरी ती काटेरी शय्याच असते.
- तुम्ही जेव्हा चांगली-वाईट मतं, बरे-वाईट प्रसंग, घटनांना झेलायला शिकता तेव्हा विनाकारण सहन करत बसणं आपोआप थांबतं.

## निष्कर्ष काढायची घाई करू नका :-

'जगातल्या अशक्य कोटीतल्या गोष्टी लोकांनी शक्य करून दाखवल्या आहेत, ते केवळ त्या अशक्य आहेत हे न जाणवल्यामुळेच.'

—डॉग लार्सन

- नेहमीच गोष्टींना गृहीत धरून चालू नका.
- प्रश्न विचारायचं धाडस करा.
- स्वत:चं मत परखडपणे जरूर मांडा, पण वरचष्मा गाजवू नका.
- नि:शंक मनानं लोकांशी संवाद साधा.
- दुसऱ्यांबाबत गैरसमज करून घ्यायचे टाळा.
- 'अशक्य' हा शब्द विसरून जा. प्रयत्न करा. करत रहा.

- तुम्ही स्वत:तच आमूलाग्र परिवर्तन आणा. तुम्ही असं ठरवलंत तर नक्की करू शकाल.
- तुम्ही स्वत:त बदल घडवू शकता.

## योग्य दिशेनेच पाऊल उचला :–

'मी जे करतो त्याबद्दल लोकांना काय वाटत असेल त्याचा मी विचार करत नाही. पण मी जे करत असेन त्याबद्दल मला वाटतं त्याचा विचार मी, नक्की करतो. हेच माझे वेगळेपण आहे.'

–थिओडोर रुझवेल्ट

- आपण एखादी गोष्ट जास्तीत जास्त जितकी चांगली करू शकतो तितकी करावी.
- म्हणजेच प्रयत्नांची पराकाष्ठा करावी.
- आता खरं म्हणजे त्यातही सारखेपणा नसतो. वेळोवेळी त्यात कमी-अधिक बदल होत असतो.
- काहीही असो, कोणत्याही परिस्थितीत आपण करता येतील तितके प्रयत्न केलेच पाहिजेत.
- पश्चात्ताप करणं आणि दूषणं देत बसणं या गोष्टी टाळा.
- उत्तमपणाचा ध्यास जरूर असावा; पण उत्तमपणाचं वेड घेऊन त्यामागे स्वत:ची फरफट करून घेण्यात

काही अर्थ नाही.

काहीजण सतत भूतकाळाबद्दल बोलत असतात. तर काहीजण भविष्यातल्या योजना आखत त्याबद्दलच विचार करत राहतात. परंतु जगण्याकरता, फक्त वर्तमानकाळाबद्दलच विचार करणं योग्य असतं. आज, आत्ता, इथं, याक्षणी जे काय आहे ते आहे.

■

# खेळी चांगली करा

तुम्ही पत्ते खेळत असाल तर तुमच्या हातातली पानं बघून तुम्ही जितक्या काळजीपूर्वक खेळाल, तितक्याच काळजीनं आयुष्यभर वागत राहा. तुम्हाला जे काही मिळायचं आहे ते मिळालंय. डाव जसा पडायचा तसा पडलाय. पानं हातात घ्या. जी ठेवायची ती ठेवा, नको असलेली पानं टाकून द्या. जिंकाल किंवा हराल. तरीपण खेळत राहणं महत्त्वाचं आहे. पत्ते खेळत असताना ताणतणाव जाणवतो का? नक्कीच नाही.

मग आयुष्याचा खेळही तसाच आहे. आनंदानं डाव खेळून संपवा.

'आता तुमच्याकडे काय नाहीये, त्याचा विचार करत बसण्याइतका वेळ नाही. जे काही आपल्याकडे आहे त्यातून आपण काय उभं करू शकतो त्याचा विचार करा.'

—अर्नेस्ट हेमिंग्वे

## तुमच्या हातातली तेरा पानं :-

- आयुष्य... एक अमोल ठेवा.
- वेळ... याची किंमत करणं अशक्य.
- चांगली प्रकृती... आयुष्याची घट्ट वीण.
- तुमचं कौशल्य... तुमची साधनसंपत्ती.
- ज्ञान... तुमची ताकद.
- शिक्षण... तीक्ष्ण हत्यार.
- तुमच्यातली सकारात्मक गुणवत्ता... तुमचं सामर्थ्य.
- तुमच्यातली नकारात्मक गुणवत्ता... तुमच्यावरचा अन्याय.
- नाती... तुमच्या अस्तित्त्वाचा उद्देश.
- करिअर... बळ देणारी यंत्रणा.
- यशाचे क्षण... पुढे जात राहण्यासाठीचे प्रोत्साहन.
- प्रयत्न... ताकदीची परीक्षा.
- प्रेम... कोणतंही विष पचवण्यासाठीचा उतारा.

काय? भेळ किंवा मिसळ वाटतेय ना सगळी? पण त्याला काही इलाज नाही. आयुष्य तसंच आहे.

मग आता या 'दोन घडींच्या डावाचं काय करणार?'

काही नाही, उडी घ्या, खेळा आणि घट्ट टिकून रहा. पत्ते उचला आणि हे पत्ते हातात ठेवा –

तणावमुक्त व्हा, आनंदी रहा । ४९

## चांगले मित्र :-

हे चांगल्या-वाईट दोन्ही प्रसंगांना हजर असतात. आपली काळजी घेतात. सुख-दुःखात सहभागी होतात. तुमचं चुकत असतं तेव्हा लक्षात आणून द्यायला कचरत नाहीत. ताणतणाव दूर करतात. त्यामुळे त्यांची खजिन्यासारखी जपणूक करा.

## चांगल्या सवयी :-

आपलं शारीरिक, मानसिक आणि भावनिक संतुलन ज्यामुळे राखलं जातं अशा वागण्याच्या पद्धतीला चांगल्या सवयी म्हणता येईल. उदाहरणार्थ स्वच्छ, नीटनेटकं राहणं, नियमित व्यायाम करणे. यामुळे शरीर चपळ आणि ताजंतवानं राहतं. काटेकोरपणा आणि चांगले छंद जोपासण्यामुळं मानसिक संतुलन राहील. स्वतःशी आणि लोकांशी चांगला संवाद साधता येणं म्हणजेच भावनांना सांभाळणं म्हणता येईल.

## उच्च विचारसरणी :-

आपल्या विचारांचा आपल्या वागणुकीवर आणि बोलण्यावर प्रभाव असतो. आपण जे बोलतो, वागतो, तसे आपण घडत जातो. आणि त्यानुसारच आपलं सगळं आयुष्य जगतो. आपले विचार जर माथेफिरू, विध्वंसक असतील तर तो मनुष्य सतत

नैराश्याने ग्रासलेलाच राहतो. माणूस जर विचारी, विवेकी असेल तर तो बाहेरूनही तसाच शांत, धीरगंभीर वाटतो.

## क्षमाशीलता :–

दुसऱ्यांमधल्या आणि स्वतःमधल्या दोषांकडे दुर्लक्ष करायला शिका. चूक कुणाच्याही हातून होऊ शकते; पण क्षमाशीलपणे त्या चुकांकडे दुर्लक्ष केलं तर झालेलं नुकसानही सुसह्य होतं शिवाय आयुष्य शांतपणे जगता येऊ शकतं.

थोडक्यात काय, तर हातात कोणती पानं ठेवायची ते तुमच्या नक्की लक्षात आलंच असेल. अजूनही अशीच खूप पानं दिसतील आयुष्यात. त्यातली तुमच्यासाठी चांगली कोणती आहेत ते तुमचं तुम्ही ठरवा आणि मग आयुष्यभर त्यांची जपणूक करा.

अपराधीपणाची भावना ही स्वतःला जाळणारी असते. आपल्या हातून असं काही घडूच देऊ नका ज्यामुळे अपराधी वाटेल. अशी भावना मनात निर्माण करणारे शब्द, घटना, विचार दूर फेका. ओझं उतरेल. आतला आवाज ऐका. तोच खरा असतो आपला.

## आता... टाकून काय द्याल?

**संताप :–**

हा कॅन्सरसारखाच असतो. एकदा का हा आजार जडला, की तो पोखरतच जातो माणसाला. मग हे दिसत असताना जाणूनबुजून आगीत उडी का घ्यायची? संतापायचं टाळा. संताप तुमच्या काबूत असला पाहिजे. तुम्ही संतापाच्या आहारी जायचं नाही.

**टीका :–**

ही सांधेदुखीच आहे एक प्रकारची. तुम्हाला गुडघे टेकायलाच लावते. तुम्हाला त्रास आणि ताणातून मुक्त कधीच होऊ न द्यायचा तिनं विडाच उचललाय. यामुळे नकारात्मकता निर्माण होते. मग एखादा जुनाट विकार पुन्हा पुन्हा बळावून जसा वेदना देत राहतो तशी ती पिडते आपल्याला. त्यामुळे दुसऱ्यांवर आणि स्वत:वर टीकास्त्र सोडायचं थांबवा. टीकाकाराची भूमिका सोडून द्या.

**भीती:–**

ही तर अर्धांगाचा झटकाच देऊन जाते. यामुळे सगळ्या

शरीरात, मनात, बुद्धीत ताणतणाव निर्माण होतो. भीतीमुळे अर्धशिशी, डोकेदुखी, वेदना निर्माण होतात. बरं या व्याधी इतक्या अचानक कधीही उपटतात की काही कारणही घडलेलं नसतं. प्रसंग निर्माण होण्यापूर्वीच ताण जाणवायला लागतो. त्यामुळे गोष्टींना गृहीत धरून कल्पनेनी घाबरून जाऊ नका. धीट व्हा. साधकबाधक विचार करायला शिका. सगळं भय कुठल्याकुठे पळून जाईल बघा.

ही झाली नुसती एक झलक नकारात्मक गोष्टींची, आपण न उचलायच्या पानांची. अशी खूप पानं अजूनही आहेत. आयुष्यात अशा कितीतरी पानांना आपल्याला सामोरं जावं लागेल –

दुराभिमान, राग, सूडभावना, लाज, मत्सर, मालकीहक्काची भावना, अप्रामाणिकपणा... लिस्ट वाचून घाबरून जायला होईल.

पण तरीही नेहमी लक्षात ठेवा, की ही पानं हातात न ठेवायचा चॉईस आपल्याला नक्कीच असतो. अशा गोष्टींना तुमच्या योजनेत काही थारा देता येत नाही हे समजून घ्या.

निरुपयोगी पानं आहेत ती ताबडतोब खुश्शाल टाकून द्या.

खेळ तुम्ही खेळताय. सगळी सूत्रं तुमच्या हातात आहेत.

■

# एका वेळी एकच पाऊल

आपल्याला अज्ञात गोष्टींचं भय वाटतं. या संदर्भात काही अनुभवाचे अमृतबोल वाचा. आयुष्याच्या पुस्तकातूनच घेतलेत हे उतारे. त्यावर विचार करा. कधी कधी टीकासुद्धा शिकवून जाते.

एकदा का उत्तरं मिळाली की घाबरून जाऊन ताणाखाली येण्याचा प्रश्नच उद्भवत नाही. मग आपल्यात आपोआपच धैर्य येते. शांतपणे विचार करता येऊ शकतो.

'उंदरांच्या शर्यतीत जो उंदीर जिंकतो, तो जिंकला तरी असतो उंदीरच ना?'

–लिली टॉमलिन

मग या जीवघेण्या शर्यतीत तुम्ही भाग घेताच कशासाठी? तुमची कुणाशी स्पर्धा चालू आहे? तुम्हाला काय सिद्ध करून दाखवायचं आहे?

थोडं थांबा, आणि तुमच्या स्वतःच्या गतीनं चालून बघा. तुम्हाला जिथं पोहोचायचंय तिथं वेळेत पाहोचणारच आहात तुम्ही. हां, आणि महत्त्वाचं म्हणजे सुस्थितीत पोहोचणार आहात.

'श्रेय कोणाला मिळेल याचा विचार न करता काम कराल तर तुम्ही आश्चर्यकारक अचाट काम तडीस नेऊन दाखवू शकता.'

—हॅरी ट्रूमन

आपल्याला सतत इतरांचं लक्ष वेधून घ्यायचं असतं. सहमती हवी असते. मग आपल्याकडे जरा जरी लोकांचं दुर्लक्ष झालं, की लागलीच आपण फुरंगटून बसतो, कुढत बसतो.

दुसऱ्यांना श्रेय मिळालं तर आपण अस्वस्थ होतो. जर आपल्याला बक्षीस नाही मिळालं, नाव नाही मिळालं तरी आपण चिडतो. प्रमोशन नाही मिळालं तरी रागावतो. एखादी गोष्ट करून दाखवण्यात आनंद असतो. लोकांनी त्याचं श्रेय आपल्याला देण्यानंच आनंद मिळतो ही कल्पना चुकीची आहे. श्रेय मिळालंच तर तो बोनस समजा.

'तुमच्या ध्येयावरून नजर वळून जेव्हा तुम्हाला वाटेतले अडथळे दिसतात तेव्हा भीतीनं गाळण उडते.'

—हेन्री फोर्ड

जर आपण काय करतोय, कुठं जातोय याबद्दल निश्चित खात्री असेल आपली स्वतःची, तर प्रवास सुखाचा होतो. जर आपल्या पोहोचायच्या ठिकाणावरून आपली नजर हलली तर मग आपण निरूद्देश भटकायला लागतो. भरकटतो. मग वाटेत

**तणावमुक्त व्हा, आनंदी रहा । ५५**

फक्त अडचणीच भेटत राहतात. नजर ध्येयावर स्थिर ठेवा आणि ते ध्येय गाठायची पराकाष्ठा करा.

'निराशावादी माणसाला प्रत्येक संधीत अनंत अडचणी दिसतात. आणि आशावादी माणसाला प्रत्येक अडचणीत असंख्य संधी दिसतात.'

−विन्स्टन चर्चिल

एक मार्मिक गोष्ट आहे आणि कोणत्याही काळात ती लागू पडते. दोन व्यापारी एका जंगलात राहणाऱ्या आदिवासी लोकांमध्ये चप्पलजोड खपतील का याची पाहणी करायला जातात. पहिला म्हणतो, 'छे, इथे चपला विकत बसण्यात काहीच अर्थ नाही. इथे कोणीच चप्पल घालत नाही. दुसरा म्हणतो, 'व्वा, इथे चपलांचा जोरदार खप होणार बुवा! कुणाच्याच पायात चप्पल दिसत नाही.'

बघितलंत? ग्लासचं उदाहरण आठवलं का? पेला अर्धा रिकामा आहे म्हणणं आणि अर्धा भरलेला आहे असं म्हणणं यात जो फरक आहे तोच! आपण कोणता पर्याय निवडायचा ते आपणच ठरवायचं.

निराशावादामुळे ताणतणाव आणि विफलता निर्माण होते. आशावाद चैतन्य आणि उत्साह निर्माण करतो.

‘आपण माघार घेत नाही आहोत, आपण दुसऱ्या आघाडीवर आगेकूच करत आहोत.’

**–जनरल मॅकआर्थर**

आयुष्यात प्रत्येक गोष्ट आपण कोणत्या पैलूकडून बघतो ते महत्त्वाचं असतं. जर जुनी मतं, चालीरीती डोईजड वाटत असतील तर टाकून देऊन नवीन मूल्यं का स्वीकारू नयेत? जर एखादं करिअर किंवा नोकरी आपल्याला खिन्नता आणत असेल तर त्यात बदल करण्याचा ताबडतोब विचार केला पाहिजे.

उगीचच वाऱ्याशी भांडत बसण्यात काहीच अर्थ नाही. अपयशाचा स्वीकार करून नवीन काहीतरी करून बघण्यात कसलाच कमीपणा नाही. जो दरवाजा उघडणारच नाहीये त्यावर टकटक किती काळ करत बसणार उगीचच? त्यानं दरवाजा तर उघडणार नाहीच पण तुमचं मनोधैर्य मात्र खचेल एवढं निश्चित. कधी बाजूला व्हायचं आणि कधी पुढे व्हायचं ते ओळखायला शिका.

‘अव्यवस्थेतून साधेपणा शिका; तुटलेल्या तारांमधून वाजणारा स्वर ऐका. संकटांच्या मालिकांमध्येच संधी दडलेली असते. ’

**–अल्बर्ट आईनस्टाईन**

आयुष्यात पुष्कळदा ‘शोधाल तर सापडेल’ हे तत्त्व खरं होताना दिसतं.

आपल्याला हवी असलेली गोष्ट आपण शोधली तर नक्की मिळते. सत्त्वपरीक्षा आणि यातना, यश आणि शक्ती, ताण आणि दु:ख, आनंद आणि शांती, सुरुवात आणि संधी.

तुम्हाला मन:शांती आणि ताकद देणाऱ्या गोष्टींच्या शोधात रहा.

‘स्वत:च्या कामाला, स्वत:ला अनन्यसाधारण महत्त्व देणं हेही नैराश्याच्या गर्तेत जायला लागण्याचंच एक लक्षण आहे.’

**—बर्ट्रांड रसेल**

स्वत:ला सूत्रधार समजून आपण आनंद मिळवायचा नेहमी प्रयत्न करतो. आपल्याला आपली नाव भरकटूपण द्यायची नसते, आणि हातातलं सुकाणूपण सोडून द्यायचं नसतं. स्वत:ला अवास्तव महत्त्व देण्याच्या नादात आपण आपल्या मर्यादा, आपल्यातलं कसब, आपल्या मानसिक आणि शारीरिक क्षमता यांच्याकडे साफ दुर्लक्ष करतो. आपली अशी ठाम समजूत असते, की आपण स्वत: लोकप्रिय दैदीप्यमान व्यक्तिमत्त्व असून दिशा देणारे, जगाला पेलून धरणारे आधारस्तंभ आहोत. आता तुम्हीच सांगा, स्वत:बद्दल एवढे गैरसमज बाळगल्यावर

कोसळून पडायला होणारच ना?

'प्रत्येक समस्येवर एखादा साधासा, योग्य वाटणारा, तरीही चुकीचा असू शकणारा तोडगा असतोच.'
– **हेन्री लुईस मेंकेन**

हमखास नेहमी वापरला जाणारा सरधोपट सोप्पा मार्ग हा बऱ्याचदा ताणतणावाच्या दिशेनं घेऊन जाणारा ठरू शकतो. समस्येवर उत्तर शोधण्यासाठी वेळ, उत्साह किंवा विचार करायची इच्छासुद्धा आपल्याकडे नसल्यामुळे आपण कमीतकमी विरोध असणारा मार्ग निवडतो. हा मार्ग आपल्याला कदाचित संकटात घेऊन जाणारा असू शकतो किंवा कुठेच न नेणारा असू शकतो. प्रवासातली गंमत जंमत सगळी निघून जाते. त्यामुळे दूरदर्शीपणानं योग्य त्या मार्गाचीच निवड केलेली बरी. नुसत्या सोपेपणावर जाऊ नये.

'मी काही फार हुशार आहे अशातला भाग नाही; पण संकटकाळात मी तग धरू शकतो एवढंच.'
– **अल्बर्ट आईनस्टाईन**

किती हुशारीनं कबुली दिलीय बघा. तुम्हाला नाही असं वाटतं? पुष्कळदा सीमारेषेच्या अगदी जवळ असताना माणसाची इच्छाशक्ती संपून त्याचे हात-पाय गळपटतात. विजयाची ढाल जी तुमची अगदी होणारच होती, ती क्षणात दुसऱ्याच्या हातात

बघून किती नैराश्य येत असेल? त्यामुळे असा अवसानघात टाळा. समस्येला धीटपणे तोंड द्या आणि नंतर यशाची गोड चव चाखून बघा.

'तुम्ही एकतर काहीतरी कृती करू शकता. किंवा मग गप्प बसून काहीतरी चमत्कार होण्याची वाट बघू शकता.'

**—पीटर ड्रूकर**

अतिश्रम घातक असतात तसंच काहीच श्रम न करणंही घातक असतं. काहीतरी चमत्कार घडण्याची वाट बघत बसणं रम्य वाटलं तरी लगेच ताण जाणवायला लागेल. घरी किंवा ऑफिसात समस्या आहेत त्याला काही इलाज नाही. आपण स्वत:ला आजमावून समस्यांवर उत्तरं शोधली पाहिजेत. त्या क्षणी जे योग्य असेल ते सर्व केलं पाहिजे.

'तुम्हाला आयुष्याचा कंटाळा आलाय का? मग एखाद्या तुमच्या आवडीच्या कामात स्वत:ला सर्वस्वानं झोकून द्या. तनानं, मनानं, हृदयानं स्वत:ला वाहून घ्या. त्या कामासाठीच जगा. त्याचसाठी मरा. तुम्ही कधी कल्पनासुद्धा केली नसेल असा आनंद अनुभवायला मिळेल.'

**—डेल कार्नेजी**

कंटाळा, हलगर्जीपणा आणि वीट या सगळ्यामुळे ताण येतो. पण हे सगळे तुमच्या मनाचे खेळ आहेत. आयुष्य वाया

घालवू नका. काहीतरी झपाटून टाकणारी गोष्ट शोधा. स्वतःला त्यात गुंतवून टाका आणि उत्कटपणे जगायला लागा.

'भविष्यकाळ हा एका वेळी एकेका दिवसानेच आपल्यासमोर येतो ही सर्वात चांगली गोष्ट आहे.'

**–अब्राहम लिंकन**

'तुम्ही जर एकेक घास खात राहिला तर अख्खा हत्तीसुद्धा खाऊ शकाल.' असं कुणीतरी गंमतीनं म्हटलंय. प्रत्येक साहसयात्रेची सुरुवात एका पावलानं झालेली असते. एका वेळी एकच पाऊल उचलणं हीच आयुष्याची वाटचाल सोपी करायची युक्ती आहे. अगदी सोप्पं आहे ते. एकेक पाऊल... एकेक दिवस... एकेक प्लॅन... एक एक मैलाचा दगड.

■

# भीतीकडून साहसाकडे... शांतीकडे

ही सात महत्त्वाची पावलं उचला आणि गोंधळात सुव्यवस्था निर्माण करा.

## १. जिव्हारी लावून घेऊ नका.

उद्योग व्यवसाय आणि व्यवस्थापन यात बदल होत राहतो. उच्च तंत्रज्ञानाची पद्धतच तशी आहे. कुणालातरी दोष देत बसण्यात वेळ वाया घालवून हाती काहीच लागणार नाही.

## २. तुम्ही जे काही मिळवलंत त्याचं मूल्यमापन करा.

हातातलं कोणतंही महत्त्वाचं काम पूर्ण केलंत, की त्याचे चांगले– वाईट परिणाम, बाजूंचा विचार व्हायला हवा. त्यातून जे शिकायला मिळालं त्याचा उपयोग नवीन प्रकल्पात, कामात, नोकरीत, उद्योगधंद्यात करायला हवा.

## ३. नकारात्मक गोष्टींवरच लक्ष केंद्रित करून बसू नका.

प्रत्येक वाईट परिस्थितीला किंवा काळ्या ढगाला एक रुपेरी किनार असतेच. तुम्ही काय कमावलंत ते बघा.

तुमच्या असण्यानं काय चांगलं आणि महत्त्वाचं घडलंय त्याचा विचार करा. मग तुम्हाला पुढचं आव्हान पेलायला नवा जोम, हुरूप येतो की नाही ते बघा.

## ४. कधी माघार घ्यायची ते ओळखा.

आपल्या मार्गात असलेल्या अडथळ्यांमधून जाणं जर आपल्याला शक्य नसेल तर त्या अडथळ्यांवरून, खालून, आजूबाजूनं जाता येऊ शकतं, हे खरंय; पण जर यातलं काहीच शक्य नसेल तर माघार घेण्यातही शहाणपणा असतोच. जर कधी असं वाटायला लागलं, की आपण भिंतीवर डोकं का आपटत बसलोय? तर सरळ माघार घ्या आणि दुसरा मार्ग शोधा.

## ५. हेतू स्पष्ट असावा.

तुमची भविष्यात काय साध्य करायची इच्छा आहे हे आधी स्वत:शीच स्पष्ट करून घ्या. कुठल्या तरी एकाच विषयावर लक्ष केंद्रित करून एकांगी विचार करू नका. अशी कधी चूक होतेय आपल्या हातून असं लक्षात आलं तर चक्क थांबा, मागे फिरा आणि मूळ उद्दिष्टावर लक्ष केंद्रित करा.

## ६. आयुष्यात समतोल साधा.

जेव्हा नोकरी-धंद्यात मनासारखं घडत नाही तेव्हा आपल्या वाईट काळात आपल्या घरातून आपल्याला भरभक्कम पाठिंबा मिळाला पाहिजे म्हणजे आपले कौटुंबिक संबंध सुखाचे, विश्वासाचे असले पाहिजेत. म्हणजे मग दोन्ही आघाड्यांवर आपल्याला समतोल साधता येतो.

## ७. नावीन्याच्या शोधात रहा.

सतत काही ना काहीतरी नावीन्यपूर्ण करत रहा. त्याच त्याच गोष्टींचे काहीतरी वेगळे आणि नवीन पैलू आपल्यासमोर येत राहतात. त्यांना आजमावून पहायला काय हरकत आहे? त्यातूनच तुमच्यासाठी अगदी योग्य असं काहीतरी अचानक सापडून जाईल तुम्हाला. कदाचित ते तुमच्या पहिल्या कामापेक्षाही सरस असू शकेल. तर मग... बदलात आव्हान शोधू या आणि आत्मविश्वासाने गोंधळातून सुस्थितीत आरामात जाऊ या.

'आकाशातील तारे, धरतीवरची झाडं-वेली यांच्यासारखेच तुम्हीही विश्वाचे पुत्र आहात. तुम्हालाही इथे असण्याचा हक्क आहे. आणि तुम्हाला समजो वा न समजो, हे जग तुमच्यासमोर एखाद्या उघड्या पुस्तकासारखं स्पष्ट पसरलेलं आहे.'

–मॅक्स एरॅमन

## ताणतणावावर मात करण्यासाठी दहा युक्त्या :-

### १. स्वतःला शिस्त लावा :–

पुष्कळांना वाटतं, की आपल्याला हवं तेव्हा, हवं तसं घडावं. यासाठी वेळेचं नियोजन केलं पाहिजे परंतु प्रत्यक्षात आपण स्वतःला शिस्त लावत पुढे नेलं की सगळं काही वेळच्या वेळी होत राहताना दिसेल.

### २. परिस्थितीला हाताबाहेर जाऊ देऊ नका :–

आयुष्य एखाद्या चहाच्या कपासारखं आहे असं समजा. त्यात जेवढी जागा आहे तितकाच चहा/कॉफी मावणार आहे. जर त्यात चुकीच्या गोष्टी, चुकीची लोकं भरलीत तर चांगल्या गोष्टी आणि योग्य माणसांसाठी जागा उरणाार नाही. चुकीची माणसं आणि गोष्टी ताणतणाव निर्माण करतात आणि चांगल्या गोष्टी, चांगली माणसं आनंद भरभरून घेऊन येतात. आयुष्याला अर्थ आणतात. निवड करणं तुमच्या हातात असतं.

### ३. स्वतःवर प्रेम करायला शिका :–

तुम्हाला जे चांगलं येत असेल त्याची स्वतःच कदर करायला शिका. जेव्हा मनासारखं घडत नाही तेव्हा उगीचच त्रागा करून स्वतःला शिक्षा करून घेऊ नका. सगळ्या गोष्टी

तणावमुक्त व्हा, आनंदी रहा । ६५

आपल्या हातातल्या नसतात. तुमच्या इच्छेवर काही अवलंबून नसतं. तुम्ही आत्ता या क्षणी जे काही आहात त्याचं महत्त्व जाणून स्वत:वर प्रेम करा.

## ४. स्वत:चा उत्साह वाढवा :-

स्वत:ला आनंद देणाऱ्या गोष्टी जेव्हा तुम्ही करता तेव्हा नकळत स्वत:चा उत्साहच वाढवत असता. अशाप्रकारे स्वत:चा उत्साह वाढवणं हाही एक ताण कमी करण्यावरचा उपायच आहे. त्यामुळे अशा उत्साहवर्धक गोष्टींसाठी दिवसभरातला थोडा तरी वेळ अवश्य काढा.

## ५. शरीराची निगा राखा :-

शरीरात ऑक्सिजन आणि अन्नरस नीट शोषला जाऊन त्याचं वहन योग्य प्रकारे झालं तर उत्तम आरोग्य लाभून शरीराला जिवंतपणा मिळतो आणि हे सगळं नियमित व्यायामानं साध्य होतं. व्यायामामुळे स्नायूंमधला ताण जाऊन मनही प्रसन्न राहतं. त्यामुळे एकूणच ताणतणावावर सहज मात करता येते.

## ६. निवांत व्हा :-

स्वस्थ, शांत व्हा. शांत-निवांत होण्यासाठी तुम्ही काय करता? यासाठी वेळ देऊन थोडे प्रयत्न करायला हवेत हे तरी

माहीत आहे का तुम्हाला? ध्यानधारणा, उत्तम संगीत ऐकणं, आपले मित्र आणि जवळची माणसं यांच्या सान्निध्यात वेळ घालवणं, प्राणायाम... अशा कितीतरी गोष्टी आहेत ज्यातून मन:शांती मिळवता येईल. जर मनात पुन्हा पुन्हा ताण आणणाऱ्या गोष्टी येत असतील तर त्याचा सरळ अर्थ असा आहे, की मन:स्वास्थ्य मिळवण्यासाठी दिवसभरात थोडा वेळ काढलाच पाहिजे.

## ७. विश्रांती घ्या :–

पुरेशी विश्रांती घेणं आवश्यक आहे. मध्ये मध्ये थोडा आराम करणं जरुरीचं असतं. आपलं काम उत्तम होण्याच्या दृष्टीनं मध्येच थोडासा ब्रेक घेणं, विश्राम करणं खूप महत्त्वाचं आहे. बहुतेकांना रात्रीची सलग सात तास झोप गरजेची असते. ठराविक वेळी झोपणं आणि उठणं यावरही शांत, पुरेशी झोप मिळणं अवलंबून असतं. सातत्यानं नियमितपणे चांगल्या सवयी जपण्यामुळे शरीर आणि मन स्वस्थ, ताजंतवानं राहतं. ताण नाहीसा होतो.

## ८. स्वत:ला ओळखा :–

स्वत:च्या शरीराकडे लक्ष ठेवा. तुम्हाला कशाची गरज आहे ते शरीर सुचवत राहतं. काही गडबड असेल तरी सांगतं.

कशामुळे तुम्हाला बरं वाटतं आणि काय केलं की त्रासदायक वाटतं ते ओळखायला शिका. अशा प्रकारे स्वत:ला ओळखल्यामुळे आपल्याला स्वत:च्या बाबतीत चांगले निर्णय घेता येतात, त्यामुळे आतला आवाज ऐकत जा.

## ९. योग्य आहार :–

आपलं योग्य पोषण करणारा आहार काय असू शकेल याबद्दल बऱ्याचदा मनात गोंधळ असतो. मग थोडा अभ्यास करा. स्निग्ध पदार्थ, साखर, कॉफिन, अस्वच्छ पाणी यासारख्या गोष्टींचा आपल्या शरीरावर काय परिणाम होतो ते समजून घ्या. चुकीचा आहार घेण्यानंही शरीरात ताणतणाव निर्माण होतो. चांगला आणि योग्य आहार घ्या. तुमचं शरीर लगेच आनंदानं पावती देईल त्याची.

## १०. मनोरंजन :–

थोडं मनोरंजनही आवश्यक असतं. आपल्याला आयुष्यात जे थोडे मौल्यवान क्षण लाभलेत ते आनंदानं जगले पाहिजेत. थोडी मौजमजा करून आनंद लुटत राहिल्यावर तुम्ही जास्त सृजनात्मक, भरीव काम करू शकता. तुम्हाला ताण येत नाही. शरीरही तंदुरुस्त राहतं. तुम्ही आणि तुमचं आयुष्य एकमेकांना खूप काही देऊ शकता.

# थोडक्यात-सगळं तुमच्याच हातात आहे

यशस्वी, आनंदी आयुष्याची गुरुकिल्ली म्हणजे सकारात्मक दृष्टिकोन बाळगणं.

आता हा सकारात्मक दृष्टिकोन काही अपघातानं मिळत नाही. यशस्वी लोक तो विकसित करतात. भरीव, सकारात्मक कार्ये, कृती करत राहतात. काहीतरी घडण्याची वाट बघत बसत नाहीत. सकारात्मक दृष्टिकोन आणि अंधविश्वास यात खूप फरक आहे. आयुष्यात येणारी आव्हानं पेलली पाहिजेत. निरुद्योगीपणानं आयुष्य व्यर्थ घालवणं योग्य नाही.

दिवसाच्या शेवटी दिवसभरात आलेल्या अडचणींचा आणि राहून गेलेल्या कामांचा हिशोब मांडायच्या ऐवजी काय साध्य झालं त्याचा विचार करा.

प्रत्येक दिवसाचा शेवट दिवसभरात घडलेल्या चांगल्या, भरीव, आनंदाच्या घटनांना आठवून करा.

कठीण काळात ही सकारात्मकता खूप उपयोगी पडते. कार्यक्षमता वाढवते.

लक्षात ठेवा, जेव्हा खडतर परिस्थिती निर्माण होते तेव्हा कणखर माणसंच त्यावर मात करून पुढे जाऊ शकतात.

तणावमुक्त व्हा, आनंदी रहा । ६९

जेव्हा ताणतणाव निर्माण होतो आणि नैराश्यपूर्ण, नकारात्मक विचारांतून आपली सुटका करून घेता येत नाही तेव्हा एक महत्त्वाची गोष्ट लक्षात घ्या, की शेवटी हा सगळा मनाचा खेळ असतो. असं जर असेल तर आपण सकारात्मक दृष्टिकोनातूनही विचार करू शकतोच ना? मग तसं करून नैराश्याच्या गर्तेतून बाहेर पडून मोकळा श्वास घ्यायला काय हरकत आहे? तर मग या तुमच्या आनंदयात्रेला सुरुवात करा. आमच्या शुभेच्छा आहेत.

∎

www.ingramcontent.com/pod-product-compliance
Lightning Source LLC
LaVergne TN
LVHW052002060526
838201LV00059B/3784
* 9 7 8 8 1 9 0 7 5 7 4 1 6 *